ஏழ்மை... அச்சம்

வி.எஸ்.ரோமா

பொருளடக்கம்

1

போற்றுதற்குரிய சான்றோர்கள், பெரிய மனிதர்கள் பலரும் தங்கள் செல்வங்களைத் துறந்து ஏழ்மை நிலையை விரும்பி நாடியுள்ளனர். அது தங்கள் குறிக்கோளை எட்டுவதற்குத் துணை புரியும் ....என்று பன்னெடுங்காலமாகவே பலரும் இவ்வாறு செயல்பட்டுள்ளனர். இவ்வாறு இருக்க, ஏழ்மை நிலை ஏன் ஒரு விரும்பத் தகாத ஒன்றாக பெருந்தீமையாக ......கருதப்படுகிறது

பெரும் சான்றோர்களால் விரும்பி ஏற்றுக் கொள்ளப்பட்ட ஏழ்மை நிலை, வரப்பிரசாதமாக கருதப்பட்ட ஏழ்மை நிலை ஏனைய மனித குலத்திற்கு ஏன் ஒரு நோயாக, ஒரு துன்பமாக காட்சியளிக்கின்றது?

ஏழ்மை நிலை என்பது பொருள் செல்வம் இன்மையை குறிக்கின்றது. ஆனால் அங்கே அருள் செல்வம் நிறைந்து வழிகின்றது. அவர்களது ஏழ்மை நிலையில் தீங்கின் சுவடைக் கூட காண முடியாது. அவர்களது பொருளற்ற நிலை இனிதாக அழகாகத் தோன்றும். செல்வச் செழிப்பையும் மதிப்பையும் மரியாதையையும் விட உயர்ந்ததாக சிறந்ததாகத் தோன்றும். அந்த சான்றோர்களது வாழ்வு முறையைக் கண்டு வியந்து ஆயிரக் கணக்கானவர்கள் தங்கள் வாழ்விலும் அதனைப் பின்பற்றுகின்றனர்.

மற்றொரு உதாரணத்தில் நாம் காணும் பெரு நகரங்களின் ஏழ்மை நிலை எல்லாவிதமான வெறுக்கத்தக்க தீயவைகளான நா கூசும் வார்த்தைகள், குடி, போதை, அசுத்தம், சுறுசுறுப்பின்மை அல்லது சோம்பேறித்தனம், நேர்மையின்மை, சட்டத்திற்குப் புறம்பான குற்றங்கள் போன்றவைகளுடன் தொடர்பு கொண்டிருக்கிறது.

எது உண்மையான கொடுமை? ஏழ்மை நிலையா அல்லது பாவக் குற்றங்களா ? இதற்கு எந்த மாற்றுக் கருத்தும் இல்லை. பாவக் குற்-

றங்களே. இந்த ஏழ்மை நிலையிலிருந்து இந்தக் குற்றங்களை விலக்கி பார்க்கும் போது அவலட்சனமான ஒன்றாக இருந்ததிலிருந்து அழகான ஒன்றாக காட்சியளிக்கும். பெருந்தீமையாக தோற்றமளிப்பதிலிருந்து மாறி பெரும் நன்மைக்கு ஒன்றுக்கு மாற்றப்படக்கூடிய ஒன்றாக எளிதில் தோன்றும்.

சீன ஞானி கன்பூஷியஸ், தன்னுடைய செல்வச் சிறப்புகள் நிறைந்த சீடர்களிடம் ;உண்பதற்கு சோறையும் நீரையும் மட்டுமே, உறைவதற்குக் கூரை வீடு மட்டுமே கொண்டு இருந்து தன் நிலை குறித்து தன்னி- ரக்கமோ முணுமுணுப்போ இன்றி இருந்த ஹென் — ஹீவீ என்ற சீடனைத்தான் முன் மாதிரியாக காட்டி விரும்பினார்.

பெரும்பாலானவர்களுக்கு துயரத்தையும் சோகத்தையும் ஏற்படுத்தும் ஏழ்மை .... ஹென் -ஹீவீக்கு எந்தவித அச்சத்தையோ கலக்- கத்தையோ ஏற்படுத்தவில்லை .உயரிய குணம் கொண்ட ஒருவனை ஏழ்மை நிலையால் சிறுமைப் படுத்த முடியாது. அவன் மேலும் உயர்- வதற்கே அது துணை புரியும். ஜொலிக்கும் தங்க வைர நகைகளை கருநீல வண்ண பின்புறத்தில் வைத்தால் அவை மேலும் ஜொலிப்பது போல உயரிய குணம் கொண்ட ஹென் -ஹீவீக்கு அது மேலும் சிறப்புச் சேர்த்தது.சீர்திருத்தவாதிகள் ஏழ்மை (வறுமை) நிலை தான் பாவச்செ- யல்களுக்கு காரணம் என்று கருதுகிறார்கள். அதே சீர்திருத்தவாதிகள் செல்வந்தர்களின் தீய ஒழுக்கத்திற்கும், அவர்களின் செல்வமே கார- ணம் என்கிறார்கள். எங்கே தகுந்த காரணம் இருக்கின்றதோ அங்கே அதற்கு ஏற்ற விளைவு ஏற்படும். சீர்திருத்தவாதிகளின் கூற்று உண்மை என்றால் செல்வச்செழிப்பின் காரணமாக தீய ஒழுக்கம் ஏற்படும். வறு- மையின் காரணமான பாவச்செயல்களினால் இழிநிலை ஏற்படும்.எல்லா செல்வந்தர்களும் ஒழுக்கம் கெட்டவர்களாகிவிடுவார்கள். எல்லா ஏழை- களும் இழி நிலைக்கு ஆளாக வேண்டும்.

தீங்கு இழைக்கும் தன்மை கொண்டவன் எந்தச் சூழ்நிலையிலும் தீங்கி ழைப்பான்அவன் ஏழையாக இருந்தாலும் பணக்காரனாக இருந்- தாலும், இரண்டிற்கும் இடைப்பட்டு இருந்தாலும். நற்செயல்கள் புரிபவன் எந்தச் சூழ் நிலையிலும் நற்செயல்களையே புரிவான். சூழ்நிலை தன் உச்சநிலையை எட்டும்போது அது அந்த இதயத்தில் அந்த நாள் வரை சந்தர்ப்பத்தை எதிர்பாரத்து தங்கி இருந்த தீமையை தான் வெளிக் கொண்டு வர முடியுமே அன்றி அந்த உச்சகட்ட சூழ்நிலையாலும்

தீமையை திடிரென்று உருவாக்கி செயல்படுத்த முடியாது.

தன்னுடையபொருளாதாரநிலைகுறித்துதிருப்திஅடையாமல்இருப்பதும், ஏழ்மைநிலையும்ஒன்றல்ல.தலையாயகடமைகளோபொறுப்பு- களோ.........................ஏதுமின்றியர்ந்தவருமானத்தைஉடைய- வர்கள்கூடதங்களைஎழைகளாகக்கருதிக்கொள்கின்றனர்.

துன்பத்திற்குத் ...... ஏழைகளாக இருப்பதுதான் காரணம் என்று கருதுகின்றனர். ஆனால் அவர்களின் துன்பத்திற்கு உண்மையான கார- ணம் அவர்களது மன உணர்வுகள் தான். ஏழ்மை நிலை ஒருவனை துக்கத்திற்கு உள்ளாக்காது. ஆனால் பணத்தின் மீது ஒருவன் கொண்ட தாகம் துக்கத்தை ஏற்படுத்தும்.

ஏழ்மை என்பது

பெரும்பாலும் மனதிலே தான் இருக்கின்றது. கையில் உள்ள பணத்- தினால் அல்ல. பேராசை என்பது மனத்தின் ஏழ்மையைப் பறை சாற்று- கின்றது.

வறுமையில் வாடும் ஏழைகள் தங்கள் நிலை குறித்து வருத்தப்- டாமல் திருப்தியாக வாழ்கின்றனர். சுத்தமற்ற சூழ்நிலையில், சீர்க்கேட்- டிற்கு இடையில் , ஒழுங்கின்மைக்கு இடையில், சோம்பேறித் தனத்- தோடு, தீயவழி களில் தன் சுகத்தைத் தேடுவதும் , தீய எண்ணங்களில் உழல்வதும், நா கூசும் வார்த்தைகளை எப்போதும் பயன்படுத்திய வண்- ணம் இருப்பதும், சுகாதாரமற்ற சுற்றுப்புறத்தில் வாழ்ந்து வருத்தப்படாமல் திருப்தியாக வாழ்கிறேன் என்று கூறுவதும் பெரும் வருத்தத்தையும் துக்- கத்தையும் ஏற்படுத்துகிறது. மனம் உயர்வானவைகளைக் குறித்த அறி- வின்மையால் தாழ்வானவைகளை கைப்பற்றிக் கொண்டுள்ளது. அதற்- கான தீர்வும் மனதிற்குள் தான் இருக்கின்றது.

ஏழ்மை நிலையில் , தங்களை தாங்களே ஏமாற்றிக் கொள்ளாமல் ,இழிவுப் படுத்திக் கொள்ளாமல், சுய கவுரவத்தோடு பலர் வாழ்கின்றனர்.

அவர்களில் பலர் ஏழையாக வாழவே விரும்புகின்றனர். அவர்கள் தொழிலில் சுறுசுறுப்பாக வேலை செய்கின்றனர்.

போதுமென்ற மனத்தோடு மகிழ்ச்சியாக வாழ்வதைத் தவிர வேறு எதையும்,,,,,,,,,,,,,,,,,,,, அவர்கள் விரும்புவது இல்லை. அந்த நிலையில் மன நிறைவை காண முடியாதவர்கள்.

ஆற்றல்களையும் முழுமையாக வளர்த்துக் கொள்ள வேண்டும்.

கடமையில் கவனமும் கொண்டு வாழ்ந்தால் அவர்கள் அடைய எண்ணிய உயர் பொறுப்புகளோடு கூடிய வாழ்வை அடைய முடியும்.

கடமையில் கண்ணும் கருத்துமாகச் செயல்படுவது, உண்மையில், ஒருவனை ஏழ்மை நிலையில் இருந்து மீட்பதோடு நின்று போய் விடுவதல்ல.

அதுதான்.........................செல்வத்திற்கும், செல்வாக்கிற்கும், நிலையான மகிழ்ச்சிக்கும் மட்டுமல்ல, குற்றம் குறைகளைக் களைந்து அவன் தன்னை முழுமைப்படுத்திக் கொள்வதற்கும் அழைத்துச் செல்லும் ராஜபாதையாகும்.

இந்த ஒன்றை ஆழமாய் உணர்ந்து கொண்டால் வாழ்வின் அனைத்து உயர்ந்தவைகளுக்கும் சிறந்தவைகளுக்கும் அதுதான் கார-ணம்

கடமையில்கண்ணும்

கருத்துமாகச் செயல்படுவது என்பது ஊக்கம், ஆர்வம், செய்யும் வேலையில் சிதறாத ஒருமித்த கவனம் , குறிக்கோள், துணிவு, நம்-பிக்கை, மன உறுதி, தன்னம்பிக்கை, பெருந்தன்மைக்கு அடையாளமான தன்னை விட்டுக் கொடுக்கும் தன்மை என அனைத்தையும் உள்ளடக்-கியது

கடுமையான உடல் உழைப்பாளிகளான ஏழைகளே மற்றவர்களை விட, தங்களுக்குக் கிடைக்கப் பெற்ற நேரத்தையும் சக்தியையும் ....வீணடிக்கா வண்ணம் பயன்படுத்திக் கொள்ள வேண்டிய நிலையில் உள்ளனர். தன்னுடைய ஏழ்மை நிலையை தகர்த்து எறிந்து வெளிவரத் துடிக்கும் .... இளைஞன் தன் நேரத்தையும் சக்தியையும் தேவையின்றி வீணடிக்கும் குடி, புகை-யிலை, மற்றும் பிற போதைப் பொருட்கள், பாலியல் குற்றங்கள், ன்று துளியும் நேரத்தை வீணடிக்கக் கூடாது. தனக்கு கிடைக்கப் பெற்ற நேரத்தை தான் விரும்பும் அடுத்த கட்டத்தில் .... தன்னை நிலை நிறுத்திக் கொள்வதற்கு , தகுதி பெறுவதற்குத் தேவையான திறமைக-ளையும், நுணுக்கங்களையும் கல்வியையும் கற்க வேண்டும்.

எல்லோரும் தங்கள் பொறுப்புகளையும் கடமைகளையும் இதுவரை அனுபவித்திராத மகிழ்ச்சியோடும் ஈடுப்பாட்டோடும் உள்ளத் தூய்மை கொண்டவர்கள் இம் மகிழ்ச்சியை முன்பே உணர்ந்திருப்பார்கள்.)

முழுதாக நிறைவேற்றி தங்கள் உழைப்பின் ஊதியத்தில் தன் மானத்-தோடும் மன நிம்மதியோடும் வாழ்வார்கள்.

வறுமை மற்றும் வேலையின்மை

உலகில் வளர்ந்துவரும் நாடுகள் சந்திக்கும் இருபெரும் பிரச்சனை-கள், கொடிய வறுமையும், பெருமளவு வேலையின்மையும். இவைகள் ஒன்றோடொன்று தொடர்புடையன. மக்களுக்கு வேலையின்மை கார-ணத்தினால், வருமானம் ஈட்ட முடியாமல் ஏழ்மை நிலையிலேயே வாழ்ந்துவருகின்றனர். வேறுசிலர் வேலை செய்தும் ஏழ்மை நிலையி-லேயே உள்ளனர். பல நூற்றாண்டுகளாக இந்தியாவில் வறுமைநிலை நிலவி வருகிறது. ஐந்தாண்டு திட்ட காலங்களில் வறுமை குறைப்பு முக்-கியமான இலக்குகளுள் ஒன்றாக இருந்து வருகிறது.

இந்த ஏழை, எளிய மக்களைப் பற்றியும், அவர்களது சமூக மற்றும் பொருளாதார சூழ்நிலைகளைப் பற்றியும் நாம் அறிந்திருத்தல் வேண்டும். அப்பொழுது தான் அரசு திறமையான வறுமை ஒழிப்பு கொள்கைகளை மேற்கொள்ள முடியும்.

வறுமையின் வகைகள்

முழு வறுமை

மக்களுக்கு போதுமான உணவு, உடை, உறைவிடம் இல்லாத நிலையை முழுவறுமை நிலை என்கிறோம்.

ஒப்பீட்டு வறுமை

'ஒப்பீட்டு வறுமை' என்பது மக்களின் பல்வேறு குழுக்களிடையே (உயர்தர, நடுத்தர, குறைவான வருமானம் பெறுபவர்கள்) காணப்படும் வேறுபாடுகளையோ (அ) ஒரே குழுவினரிடையே காணப்படும் வேறுபா-டுகளையோ (அ) பல நாடுகளில் வாழும் மக்களிடையே காணப்படும் வேறுபாடுகளை குறிப்பதாகும். மக்கள் தொகையைப் பல்வேறு பிரிவி-னராக பிரித்துப் பார்க்கையில், அதாவது, உயர்வருமானம் பெறும் 20 சதவீத்தினரை குறைவான வருமானம் பெறும் 20 சதவீத்தினரோடு ஒப்பு நோக்குதலை 'ஒப்பீட்டு வறுமையை நாம் படிக்கிறோம் எனக் கொள்ளலாம்.

தற்காலிக வறுமை (அ) முற்றிய வறுமை

இந்தியா போன்ற நாடுகளில் பருவமழை குறையும்போது, விவசாயம் பொய்த்து, அதனால் உழவர்கள் தற்காலிகமான ஏழ்மை நிலையில் உழல்கிறார்கள். அதே நிலையில் அவர்கள் நீண்டகாலமாக வாழும்போது

அந்நிலையை முற்றிய வறுமை (அ) அமைப்பு சார்ந்த வறுமை என அழைக்கப்படுகிறது. (எ.கா) பல ஏழைநாடுகளில் உழவர்கள் பருவ மழையையே சார்ந்து இருப்பதாலும் - குறைந்த உற்பத்தித் திறன் விவ-சாயத்தில் காணப்படுவதாலும் இவ் உழவர்கள் முற்றிய வறுமை நிலை-யில் வாழ்ந்து வருகின்றனர் என கருதுகின்றோம்.

1. முழுநேர வேலை செய்ய விருப்பம் இருந்தும், பகுதி நேர வேலையையே செய்பவர்கள்.

2. குடும்ப தலைவர், முழு நேர வேலை செய்தும், வறுமை கோட்டிற்கு மேல் தங்களுடைய குடும்பத்தை கொண்டுவரும் அளவிற்கு போதுமான வருமானம் ஈட்டவில்லை.

3. சோர்வுற்ற பணியாட்கள், வேலை தேடிச் செல்லாதவர்கள்.

வறுமையின் பிறக்கோணங்கள்

வருமானத்தின் அடிப்படையாலும், பொருளாதார ரீதியாலும் விளக்-கப்படும் வறுமைக்கு, வேறுபிற பரிமாணங்களும் உள்ளன. எடுத்துக்-காட்டாக, ஒருவர் வீட்டுவசதியில் ஏழ்மையாகவும், சுகாதார வசதியில் ஏழ்மையாகவும், கல்வியில் ஏழ்மையாகவும் விரும்பத்தக்க உடல் மற்றும் மன இயல்புப் பண்புகளைக் கொண்டிருத்தலில் ஏழ்மையாகவும் இருக்-கக்கூடும். இவை ஏழ்மையின் பல தரப்பட்ட பரிமாணங்களாக இருக்-கின்றன.

ஏழை குடித்தனங்களின் பண்புகள்

1. பொதுவாக குறைந்த தலா வருமானம் ஈட்டும் குடும்பங்கள், அநேக குழந்தைகளை பெற்று பெரிய குடும்பமாக இருப்பதுடன் இவர்கள் பொருளாதார ரீதியில் மற்றவர்களையே சார்ந்துள்ளனர். ஒரு குறிப்பிட்ட ஆண்டில், தங்களது வருமானம் அனைத்தையும் ஏழை, எளிய மக்கள் நுகர்வுக்காகவே செலவிடுகின்றனர். இதில் பாதி அளவு உணவாகும்.

2. பொதுவாக ஏழைக் குடும்பங்கள் பெண்பிள்ளைகளைவிட ஆண்பிள்ளைகளுக்கு கல்வியில் முதலீடு செய்கின்றனர். ஏழைமக்கள் அரசியலில் குறைவாகவே பங்கேற்கின்றனர். ஒருவகையில், இவர்களுக்கு ஓட்டுரிமை மறுக்கப்பட்டுள்ளது.

இந்நிலையில் சில தவிர்ப்புகளும் உண்டு.

3. பல நாடுகளில் வறுமையானது, சாதி மற்றும் இன வழியோடும் (race) தொடர்புடையது. இந்தியாவில் ஆதிதிராவிடர் மற்றும் பழங்குடியினரும், அமெரிக்க ஐக்கிய நாடுகளில் கருப்பினத்தவர்களும் சிறந்த உதாரணங்களாகும்.

4. குற்றங்கள், உடல் நலக்குறைவு,

5. ஏழை மக்களோடு கொண்டுள்ள தொடர்பின்மை ஆகியவை

6. ஒரு நாட்டின் ஏழ்மைநிலை இரண்டு காரணிகளை பொறுத்தது.

7. நாட்டு வருமானத்தின் சராசரி நிலை - நாட்டு வருமான பகிர்வில் உள்ள ஏற்றத்தாழ்வின் அளவு / நிலை, வறுமைக் கோடு (Poverty Line) - வறுமைக்கோடு என்பது குறைந்தபட்ச வருமானம், நுகர்வு அல்லது பொதுவாக, பண்டங்கள் மற்றும் பணியினை ஒரு தனிநபர் பெறும் வழியினைக் குறிக்கும். வறுமையில் தவிக்கும் ஏழைகளுக்குள்ளும், வறுமையின் நிலையானது வேறுபடுகிறது என்பது குறிப்பிடத்தக்கது.

எனவே அரசு கொள்கைகளை உருவாக்கும் பொழுது ஏழ்மையிலும், "ஏழ்மையில் உள்ளவர்களையுமே" கருத்தில் கொள்ள வேண்டும். சத்து-ணவு அடிப்படையான வறுமைக் கோடு அநேக நாடுகளில் பயன்படுத்-தப்படுகிறது.

இந்தியாவில் கிராமப்புற ஏழ்மைக்கான காரணங்கள்

வேலையின்மையும் வேலைக் குறைவும்: நல்ல மழை சில ஆண்டுக-ளில் இருந்தாலும் கூட விவசாயத் தொழிலாளர்கள் ஆண்டு முழுவதும் வேலை பெறுவதில்லை.

மக்கள் தொகை அழுத்தம் : மக்கள் தொகை அழுத்தத்தின் கார-ணமாக ஊதியம் ஈட்டும் ஒவ்வொரு நபருக்கும் அவரைச் சார்ந்து பலர் இருப்பதால் அங்கு மறைமுக வேலையின்மை பிரச்சினை நிலவுகி-றது. ஒரு பண்ணையில் நான்கு நபருக்கு மட்டுமே வேலை இருக்கும். ஆனால் அப்பண்ணையில் ஆறு அல்லது ஏழு நபர்கள் வேலை செய்-வார்கள். இங்கு கூடுதல் வேலையாட்களின் இறுதி நிலை உற்பத்தித்தி-றன் ஏறத்தாழ 'பூஜ்யம்' ஆகும்.

1. இந்திய வேளாண்மையில் உற்பத்தித் திறன் மிகமிகக் குறைவே ஆகும். எனவே வேளாண்மையைச் சார்ந்துள்ளோரில் பெரும்பாலானவர்கள் ஏழ்மை நிலையிலேயே உலவுகின்றனர்.

2. கிராமப்புர மக்களில் பெரும்பாலானவர்கள் போதிய அளவு சொத்துக்களை பெற்றிருக்கவில்லை. குறிப்பாக நிலம். இதற்கு முக்கிய காரணம் நிலம் ஒரு சில குடும்பங்கள் வசமே உள்ளது எனலாம்.

மனிதனாக பிறந்து விட்டான். வாழ்ந்து தான் ஆக வேண்டும் என்ற நிர்பந்தமாகி விட்டதொரு சூழலில் எது வந்தாலும் எதிர் கொள்ள வேண்டும் என்ற நிலை ஸ்திரப்பட்டதாலும் நாம் நம் வாழ்க்கையில் அச்-சத்தைத் தவிர பிறவற்றை கையாளுதல் நலமாக இருக்கும்.

'அச்சத்தில் தினம் தினம் செத்து செத்து பிழைப்பதை விட ஒரே நாளில் மடிவதே மேல்,' என ஆன்றோர் சொல்லி வைத்தனர். மனிதனாகிய நம்-மிடம் எத்தனையோ திறமைகள் உள்ளன. இதனை மறக்கவோ, மறுக்-கவோ முடியாது. எனினும் அச்சத்தை ஒரு மனிதன் தன்னிடம் இருந்து முழுமையாக அகற்றி விட வேண்டும். அது தான் அறிவாளிக்குரிய புத்-திசாலித்தனம்.

தன்னம்பிக்கை சுடர் :

எவன் ஒருவனுக்கு தன்னிடத்தில் நம்பிக்கை இல்லையோ, அவனே நாத்திகன். பண்டைய மதங்கள் கடவுள் நம்பிக்கை இல்லாதவனை தான் நாத்திகன் என குறிப்பிட்டன. புதிய மதம் தன்னம்பிக்கை இல்லாதவனை நாத்திகன் என்றும் சொல்கிறது. நம்பிக்கை, நம்மிடத்தில் நம்பிக்கை, கடவுள் இடத்தில் நம்பிக்கை, பின் மனிதனிடத்தில் நம்பிக்கை. இவை ஒருவரிடம் வந்து விட்டால், மனிதன் தானே மகிமை பெற்று விடுவ-தோடல்லாது பிரகாசிக்கவும் செய்வான். இது தான் ஞானிகளின் பரம ரகசியம். இது வளர்ந்து விட்ட நிலையில் மனிதனிடம் தன்னை அறி-யாது, அவனிடம் ஆட்கொண்டு இருந்த அச்சம் என்ற உணர்வு தானே அகன்று விடுகிறது.

மனிதன் எதை நினைக்கின்றானோ, அதுவே தானாகி விடுகிறான். மனிதன் தன்னை பலவீனமானவன் என்று நினைக்க துவங்கினால், பலவீனமானவனாகவே ஆகி விடுகிறான். எனவே என்றைக்கு ஒரு

மனிதன் அச்ச உணர்வோடு செயல்பட நினைக்கிறானோ, அன்றைக்கே சமுதாயத்தில் எதையும் சாதிக்க முடியாத நிலையில் அவன் 'உதவாக்-கரையாகி' விடுகிறான்.

அஞ்சாமை, வலிமை உபநிடதங்களில் இருந்து வெடிகுண்டை போல கிளம்பி, அறியாமைக் குவியல்களின் மீது வெடிகுண்டை போன்று வெடிக்கும் சொல் ஒன்றை நீ காண்பாயேயானால் அந்த சொல் 'அஞ்-சாமை' என்பது தான். ஒவ்வொரு மனிதனும் வலிமையுடையவனாக இருக்கின்றானா அல்லது வலிமையை உணர்கிற நிலையை பெற்றிருக்-கிறானா என்பது தான் முக்கியம்.

வலிமை தான் வாழ்வு. மனிதனுக்கு பலவீனம் மரணம். அச்சம் நரக வாழ்க்கை. வலிமையே மகிழ்ச்சியான வாழ்க்கை. பலவீனமும், அச்சமும் ஒரு மனிதனுக்கு இடையறாத சித்தரவதையாகவும், துயரமாகவும் அமைகிறது. பலவீனமும், அச்சமுமே மரணமே தான். ஒருவன் நீச்சல் கற்று கொள்ள விரும்புகிறான்.

அவன் நீச்சல் குளத்தில் உள்ள தண்ணீரைக் கண்டு அஞ்சி-னால்••• எதையுமே முழுமையாக பெற வேண்டுமெனில் விடா முயற்சி, பெரும் மன உறு-தியை பெற வேண்டும். விடா முயற்சி பெற்றவன், 'சமுத்திரத்தையே குடித்து விடுவேன். எனது உறுதியால் மலைகள் நொறுங்கி விழுந்தாக வேண்டும்,' என்று சொல்கிறான். அத்தகைய ஆற்றலை, மன உறு-தியை பெற்று விட்டான். அச்சம் நம்மை விட்டு அகன்று விடும். அறி-யாமை மிக்க உயிரற்ற புல், பூண்டு, வாழ்க்கையை காட்டிலும், மரணமே மேலானது. தோல்வியை தழுவி உயிர் வாழ்வதை விட போர்க்களத்தில் மாய்வதே மேல். இவை எல்லாம் அச்சத்தை தவிர்க்க வேண்டும் என்-பதற்காக சொல்லப்பட்ட வைர வரிகளின் வீரச் சொற்கள்.
சிங்கத்தின் இருதயம் மனிதன் சாதிக்க முடியாதது எதுவுமில்லை.

'உழைப்பே வடிவெடுத்த, சிங்கத்தின் இருதயம் படைத்த ஆண் மகனையே' திருமகள் நாடிச் செல்கிறாள். பின்னால் திரும்பி பார்க்கத் தேவையில்லை. இவை இருந்தால் மட்டுமே மகத்தான காரியங்களை நம்மால் சாதிக்க முடியும். நம்பிக்கையை நாம் என்றுமே இழந்து விடக்-கூடாது. நம் பாதை கத்தி முனையில் நடப்பதை போன்று மிகவும் கடி-னமானது. மனம் தளராது, நாம் அடைய வேண்டிய நமது லட்சியமாகிய

குறிக்கோளை நாம் அடைய முற்பட வேண்டும்.

யார் என்ன வேண்டுமானாலும் சொல்லட்டும். நமது சொந்த உறுதியான முடிவு பிடிப்புடன் இருந்தால், அதுவே போதும்.

நம்பி விடாதேநீ வீட்டிற்குள்ளே பயந்து கிடந்து வெம்பி விடாதே..!''என்று அன்றைக்கே பட்டுக்கோட்டையார் அச்சம் தவிர்க்க குழந்தைகளுக்காக தன் பாட்டை விதைத்தார். பிஞ்சிலேயே அச்சமெ-னும் நஞ்சினை கலந்து விடக்கூடாது

என்பதற்காக தன் பாட்டில் தத்துவத்தை புகுத்தி வைத்தார் அக்க-விஞர். "அச்சமில்லை அச்சமில்லைஅச்சமென்ப தில்லையே..!உச்சி மீது வானிடிந்து வீழுகின்ற போதிலும்அச்சமில்லை அச்சமில்லைஅச்சமென்ப தில்லையே...!''என முழங்கினார் பாரதியார்.

அச்சமே நரகம் என்பதை அக்காலத்தே சுட்டிக்காட்டி விட்டாரே நம்-முடைய பாட்டுடைத் தலைவராம் பாரதியார்.சிவ பெருமானிடம் நக்கீரர், பாட்டில் பொருட் குற்றமிருப்பதை அச்சம் இல்லாது சுட்டிக்காட்டினார். விளக்கை சுற்றித்திரியும் பூச்சிகள், எப்படி விளக்கின் நெருப்பில் வீழ்ந்து மாண்டு விடுகிறதோ, அதே போல் அச்சம் என்ற பூச்சியாக பறந்து கொடிய நெருப்பில் வீழ்ந்து மாய்ந்து விடக்கூடாது.
எனவே 'அச்சத்தைத் தவிர்' என்ற தாரக மந்திரத்தை அடிக்கடி உச்சரித்து மன உறுதியோடு அச்சமின்றி எந்தவொரு பணியையும் நாம் மேற்கொண்டால்
....வெற்றி நமது கழுத்தில் வீழ்ந்து அலங்கரிக்கும். அச்சமில்லா வாழ்வை வாழ்ந்தால், அந்த இமயமும் நமது காலடியில் தான். வானில் உலா வரும் மேகக்-கூட்டங்கள் கூட அச்சமின்றி சூரியனையும், நிலாவையும் தொட்டு விடு-கிறது.
அச்சமின்றி இமயத்தின் உச்சியை தொட்டு வெற்றிப் பெற்றவர்களை பாராட்டி தான் ஆக வேண்டும். எனவே அச்சம் என்ற நரகத்தில் இருந்து விடுபட்டு தைரியம் என்ற சொர்க்கத்திற்கு நாம் வந்தால் அதை விட வேறென்ன பேறு வேண்டும். இனி மீண்டும் 'அச்சத்தைத் தவிர்' என்ற மந்திரத்தை நாளும் நமது உதடுகள் உச்சரிக்கட்டும்.
தன்னுடையபொருளாதாரநிலைகுறித்துதிருப்திஅடையாமல்இருப்பதும்,

ஏழ்மைநிலையும்ஒன்றல்ல.தலையாயகடமைகளோபொறுப்பு-
களோ...ஏதுமின்றிஉயர்ந்தவரு-
மானத்தைஉடையவர்கள்கூடதங்களைஎழைகளாககருதிக்கொள்கின்றனர்.

ஏழ்மைநிலையும்ஒன்றல்ல.தலையாயகடமைகளோபொறுப்பு-
களோ...ஏதுமின்றிஉயர்ந்தவரு-
மானத்தைஉடையவர்கள்கூடதங்களைஎழைகளாககருதிக்கொள்கின்றனர்.

வாசகர்ளால் நான்
வாசகர்களுக்காக நான்

முற்போக்கு எழுத்தாளர்
வி.எஸ்.ரோமா – கோயம்புத்தூர்
+91 82480 94200
20 புத்தகங்கள் எழுதியுள்ளேன்
விருதுகள் பல பெற்றுள்ளேன்.
கதை , கவிதை, கட்டுரை, நாவல் பொன்மொழி, நாடகம்
எழுதுவேன்.

என்
எழுத்து
என் மூச்சுள்ள வரை
என் வாசிப்பே
என் சுவாசிப்பு

என்றும்
எழுதிக் கொண்டிருக்க வே
என் ஆசை

நான் திருமணமே செய்து கொள்ளாத பெண்மணி என்பதில்
எனக்கு மகிழ்வே.

என் எழுத்துக்கு முழு ஒத்துழைப்பு கொடுப்பவர்கள் என்
பெற்றோர்களே.

தந்தை
கா சுப்ரமணியன் _ தாசில்தார் - ஓய்வு

தாய்.
சு. கிருஷ்ணவேணி

என் பெற்றோர்களே
என்
எழுத்துக்கும்
எனக்கும் முழு ஒத்துழைப்பு தருகின்றவர்கள் என்பதில்
எனக்கு மகிழ்ச்சியே.

நான் ரோமா ரேடியோ
என்ற பெயரில் எஃப் எம் ஆரம்பித்துள்ளேன்.

என்
எழுத்து
என் ரோமா வானொலி மூலம்
எங்கும் ஒலிக்க
எட்டு திக்கும் ஒலிக்க
என் ஆவல்.

பெண்களை

பெரிதாக நினைத்துப்
பெரும் மகிழ்ச்சியடைந்து
பெருமைப் படுத்த வேண்டும்.

முற்போக்கு எழுத்தாளர்
வி.எஸ். ரோமா
Roma Radio
கோயம்புத்தூர்
+91 82480 94200